ஆழி டைம்ஸ்

ஆழி டைம்ஸ்

அராத்து

கமர்கட்
பிரசுரம்

Title: Aazhi Times
Author's Name: Araathu

Published by Kamarkat Prachuram

Kamarkat Prachuram
(An imprint of Zero Degree Publishing)
No. 55(7), R Block, 6th Avenue,
Anna Nagar,
Chennai - 600 040

Website: www.zerodegreepublishing.com
E Mail id: zerodegreepublishing@gmail.com
Phone : 89250 61999

Kamarkat Prachuram First Edition: December 2023
ISBN: 978-93-90053-98-8
TITLE No. Kamarkat: 20

Layout: Vidhya Velayudham
Cover Design: Kathigeyan Maddy

ஆழி மழை கண்ணனுக்கு...

முன்னுரை

ஆழி ஒன்றரை வயதாக இருக்கும்போது அவன் பேசிய குழந்தை மொழியை விளையாட்டாக 'ஆழி டைம்ஸ்' என்ற பெயரில் ஃபேஸ்புக்கில் எழுத ஆரம்பித்தேன். அது பெரும் வரவேற்பைப் பெற்றது.

குழந்தைகளின் உலகம் தனி உலகம். அவர்களின் மொழியும் தனித்துவமானது. அவர்கள் இந்த உலகத்தைப் புரிந்து கொள்ளுதல் மற்றும் இந்த உலகத்துடன் உரையாட ஆரம்பித்தல் என்பது வெகு சுவாரசியமானது.

ஒவ்வொரு குழந்தையும் தனித்துவமானதுதான். குழந்தைகளுடன் நாம் உரையாடலை நிகழ்த்தும்போது, அவர்கள் உதிர்க்கும் தனித்துவமான மொழிகளைத் தவறவிடுகிறோம். நம்முடைய பொதுப்படையான புரிந்துகொள்ளுதலை அவர்கள்மேல் திணிக்கிறோம். ஒழுக்கம், மரியாதை என்ற பெயரில் அவர்களின் தனித்துவமான சிந்தனைகளுக்கு முட்டுக்கட்டை போடுகிறோம். அப்படி அல்லாமல் நாம் அனைவரும் குழந்தைகளை அவர்களின் சிந்தனைப் போக்கில் பேச விட்டுப் பார்த்தால் ஒவ்வொரு வீட்டிலும் ஒரு சுட்டி டைம்ஸ் கிடைக்கும்.

ஆழி, ஒன்றரை வயது முதல் 3 வயது வரையான காலகட்டத்தில் செய்த குறும்புகள், நான் கண்டித்தபோதும், அறிவுரை சொன்ன போதும் கொடுத்த பதில்களின் தொகுப்புதான் இந்த ஆழி டைம்ஸ்.

இதில் சில விஷயங்கள் சுவாரசியம் இல்லாமல் இருக்கலாம், ஆனால் அதில் குழந்தையின் மொழி இருக்கிறது. தனக்குத் தெரிந்த சில சொற்களை மட்டுமே வைத்துக்கொண்டு, குழந்தைகள் எப்படி சாமர்த்தியமாக பதில் அளிக்கின்றன என்று பார்ப்பதில் இருக்கும் இன்பத்திற்கு ஈடுஇணை ஏதுமில்லை.

உதாரணத்திற்கு, எத்தனை கை, எத்தனை கால் என கேட்டுக் கொண்டே வந்து எத்தனை முடி எனக் கேட்ட கேள்விக்கு, “எல்லா முடி” என்று தனக்குத் தெரிந்த வார்த்தையை வைத்து பதில் கூறியதைச் சொல்லலாம். கள்ளம் கபடம் இல்லாத வெள்ளையான பருவம் குழந்தைப் பருவம். நம்முடனே வளர்வதால் நம்முடைய கள்ளம் கபடம், சூது வாது என அனைத்தும் குழந்தைகளுக்கும் படிப்படியாக எப்படி ஏறுகிறது என்பதையும் இந்தத் தொகுப்பில் காணலாம்.

ஆழி, குழந்தைத்தனத்தைக் கொஞ்சம் கொஞ்சமாக இழந்து இந்தப் பாழாய்ப்போன சமூகத்தில் இணைந்துகொண்டிருப்பதை வருத்தத்துடன் பார்த்துக்கொண்டு இருக்கும் அதே வேளையில், அவனின் குழந்தைத்தனத்தை நினைவுகொண்டு ஆறுதல்பட்டுக் கொள்ள இந்தத் தொகுப்பு உதவும்.

ஆழி என்ற குழந்தை எல்லோர் வீட்டிலும் இருக்கும் குழந்தை தான். இந்தத் தொகுப்பில் அனைவரும் உங்கள் வீட்டுக் குழந்தை களையும் காண்பீர்கள். இந்த அவசர கால உலகத்தில் இருந்து விலகி, கொஞ்ச நேரம் குழந்தைகள் உலகிலும், குழந்தைகள் மொழியிலும் லயிக்க இந்தத் தொகுப்பு உதவும் என்ற நம்பிக்கை உள்ளது.

தற்காலச் சூழலில் இதைப்போன்ற வித்தியாசமான முயற்சிக்கு ஆதரவு கிடைப்பது சிரமம். இதனை சாத்தியப்படுத்திய நியூ செஞ்சுரி புத்தக நிலையத்திற்கும், திரு. சண்முகம் சரவணன் அவர்களுக்கும், ஒருங்கிணைப்பு வேலைகளில் உறுதுணையாக இருந்த திரு. துர்கா அவர்களுக்கும் என்னுடைய மனமார்ந்த நன்றியும், ஆழியின் அன்பும். அராத்து

கொஞ்சம்

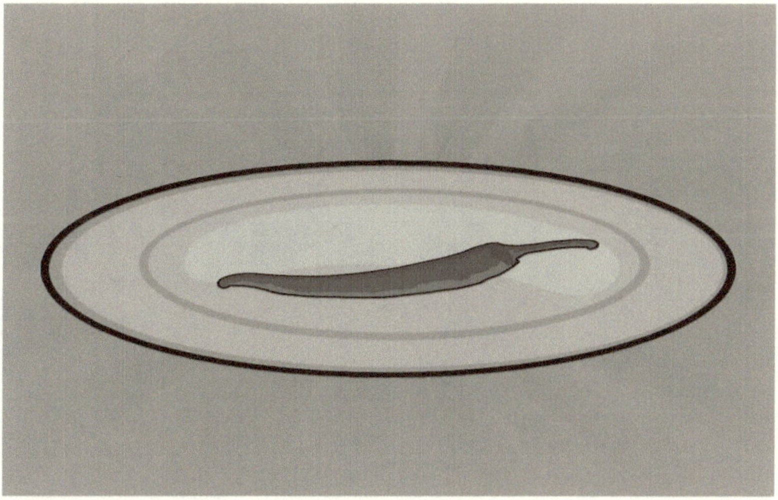

ஒரு முறை கலாக்ஷேத்ரா காலனி செல்ல வேண்டியிருந்தது. காரை நான் ஓட்டிக்கொண்டிருக்கையில்,

கலாக்ஷேத்ரா காலனி வந்துடிச்சிங்க என்றாள் மனைவி.

காலனின்னா என்னாம்மா என்றான் ஆழி.

காலனின்னா வாழும் இடம் ஆழி. கொஞ்சம் வீடு இருக்கும், கொஞ்சம் கடை இருக்கும்...

எல்லாம் கொஞ்சம்தான் இருக்குமாம்மா?

நீ போய்ட்ட

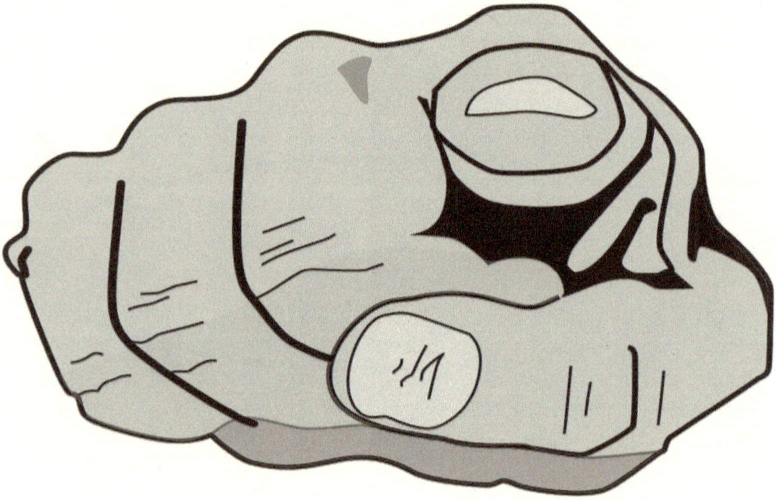

ஆழி தூங்கிக்கொண்டிருக்கையில் கிளம்பி வெளியூர் ஓடி இரண்டு வாரங்கள் ஆகின்றன. போன் பேசினால் அழுவான் என்பதால் போனில் பேசவில்லை. நாளை அவனைப் பார்க்கப்போகிறேன் என்பதால் போனில் பேசினேன்.

என் குரலைக் கேட்டதும்... அவனுக்குத் தெரிந்த வார்த்தைகள் சொற்பம்தான், அதை வைத்துக்கொண்டு அவன் சொன்னான்...

ப்பபா நீ போய்ட்ட

என்னதான் தமிழில் பழம் தின்று கொட்டை போட்டிருந்தாலும், இதைத் தாண்டி என்ன கம்யூனிகேட் செய்ய முடியும்?

ஆழிரசம்

சார்ட் ப்ரிப்பேர் பண்ணிட்டாங்களா, டிக்கட் மூவ் ஆயிடிச்சான்னு நான் லேப்டாப்பை நோண்டிட்டு இருந்தேன். பொண்டாட்டி சமையல் முடிச்சி காரக்கொழம்பும் ரசமும் கொண்டாந்து வச்சிட்டுப் போனா போல, நான் கவனிக்கலை.

ஆழி விளையாடிட்டு இருந்தான், அதையும் கவனிக்கலை.

பொண்டாட்டி திரும்ப வந்து தலையில அடிச்சிட்டு ஐயய்யோ என கத்த, நான் பார்த்தேன். எனக்கு ஒன்றும் புரியவில்லை. ஆழி சாதுவாக உட்கார்ந்து இருக்கிறான், எதுவும் உடையவில்லை, எதுவும் கொட்டவில்லை. ஏன் இப்படி கத்தறான்னு பார்த்தால்...

ஆழி காரக்கொழம்பை எடுத்து சிந்தாமல் சிதறாமல் ரசக் குண்டானில் ஊற்றி இருக்கிறான்.

இதுல என்னா இருக்கு என அதையே போட்டு சாப்பிட ஆரம்பித்தேன். அட்டகாசம், பிரமாதம். இப்படி ஒரு ஃபியூஷனை என் வாழ்க்கையில் சாப்பிட்டது இல்லை. எப்படிங்க இருக்கு என பொண்டாட்டி பயந்து கொண்டே கேட்க,

சமையல் பிரமாதம்டா என்றேன் ஆழியைப் பார்த்து.

வெட்கம்

2 வாரம் கழித்து வீட்டுக்குச் சென்றேனா, ஆழி வராண்டாவிலேயே விளையாடிக்கொண்டு இருந்தான். கேட்டைத் திறந்து, ஆழி என்றேன். திரும்பிப் பார்த்தான். கண்கள் விரிந்தன. அந்தச் சிரிப்பை என்னால் விளக்க முடியவில்லை. சிரிப்பு அவன் முகத்தில் மலர்ந்தது. வெட்கச்சிரிப்புப் போல இருந்தது. அடக்க முயன்று கொண்டு இருப்பது போல இருந்தது. அம்மா, அப்பா அப்பா என கத்திக்கொண்டே ஓடினான். திரும்ப ஓடி வந்தான். திரும்ப ஓடினான். அவனுக்கு என்ன செய்வது எனத் தெரியவில்லை. கண்ணை இரு கைகளாலும் மூடிக்கொண்டு என்னை நோக்கி ஓடி வந்தான். தூக்க முயற்சித்தேன்.

ஆழிமொழி

ப்பா... கை வாயில நசிங்கிடுச்சி.

ப்பா... உன் முடி என்னைக் கடிக்கிது.

குழந்தை வளர்ப்பு

குழந்தை வளர்ப்புதான் குழப்பமாக உள்ளது. குழந்தைகளை அடிக்கக்கூடாது, திட்டக்கூடாது எனச் சொல்வதைப் பின்பற்ற வேண்டியதாக உள்ளது.

ஆழி அடிக்கும் கூத்துக்கள்:

யாராவது குழந்தையைப் பார்த்தால் கண் இமைக்கும் நேரத்தில் சடக்கெனத் தள்ளிவிட்டு விடுகிறான்.

எச்சிலால் முட்டை விடுகிறான்.

கேட்டைத் திறந்துகொண்டு தெருவில் இறங்கி ஓடிவிடுகிறான்.

தெரு நாயின் முகத்தைப் பிடித்து இழுக்கிறான், அதன் வாயிலேயே கையை விடுகிறான்.

உன் பெயரென்ன எனப் புதியவர்கள் கேட்டால், எனக்கு தெரியாதே என்கிறான்.

டாய்லெட்டில் தண்ணீரை எடுத்து தலையில் ஊற்றிக்கொள்கிறான்.

பூட்டை எடுத்துக்கொண்டு போய் மாமா, தாத்தா போன்றோர்களின் தலையில் நங்கென அடிக்கிறான்.

அக்கா அண்ணன்களையெல்லாம் க்ஷண நேரத்தில் கடிக்கிறான்.

மொபைலைத் தூக்கி காரக்குழம்பில் போட்டு விடுவதும் வாடிக்கை.

இன்னும் அதிர்ச்சியாகும் அளவுக்கு பலதும் செய்கிறான். அன்பாக விளக்கி இப்படியெல்லாம் செய்யக்கூடாது என்றால், பெருங்குரலில் இனிமே செய்ய்ய்ய்ய்ய மாட்ட்ட்ட்ட்டேன் என, கடுப்பாகக் கூறி அடுத்த நொடி அதையே செய்கிறான். “இனிமே செய்ய மாட்டேன்” என்ற வாக்கியத்திற்கு அவனுக்கு அர்த்தம் புரியுமா இல்லையா எனத் தெரியவில்லை, ஆனால் அப்படிச் சொன்னால் பெற்றோர்கள் மகிழ்ச்சி அடைகிறார்கள் எனத் தெரிந்து உள்ளது.

லேசாகக் கோபம் காட்டித் திட்டினால், ப்பாஆ நீ என்னைத் திட்டுற எனச் சொல்லியபடி அழுகிறான்.

நான் ஏன் உன்னைத் திட்டுறேன் சொல்லு?

நான் தப்பு பண்ணிட்டேன்.

இனிமே பண்ணுவியா?

பண்ண மாட்டேன் எனச் சொல்லியபடி வந்து கழுத்தைக் கட்டிக்கொண்டு கன்னத்தோடு கன்னம் வைத்து உரசி கூல் செய்து விட்டு அடுத்த நொடியே வேறு ஏதேனும் சேட்டை.

ஒரு முறை அடித்துப் பார்க்கலாம் என லேசாக அடித்தேன். ப்பா, நீ அடிச்சா செமையா வலிக்குது, உன்னைப் பார்த்தாலே பயமா இருக்கு எனக் கூறி மிரட்சி அடைய வைக்கிறான். பொறுமையாகக் கதையெல்லாம் சொல்லி 1000 முறை

அன்பாக விளக்கியாகி விட்டது. ஒண்ணும் புண்ணியப்படலை. இப்போதிருக்கும் சூழ்நிலையில் குழந்தைகளோடு தொடர்ந்து நேரத்தைச் செலவிட பலராலும் முடிவதில்லை. வீட்டு வேலை, அலுவலக வேலை என இருப்பதால் மூன்று வேளை சோத்தைக் குழந்தையின் வாயில் திணித்துவிட்டு டிவி போட்டுவிட்டு விட வேண்டியதாக உள்ளது. அவை சோட்டா பீம் படா பீம் என என்னத்தையோ உளறிக்கொண்டு எகிடு தகிடாக வளர்கின்றன.

குறள்

அகர முதல குறள் சொல்லிக்கொடுத்தேன்.

அகர முதல என நான் சொல்லியவுடன் அவன், அகர முதல, சின்ன முதல, பெரிய்ய்ய்ய முதலை என்று கூறி கலாய்க்கிறான்.

இதுங்களுக்கெல்லாம் குறள் சொல்லிக்கொடுத்து...

ஆழி கதைசொல்லல்

ஆழி ஒரு கதை சொல்லு. என்னா கதைப்பா?

கார் கதை சொல்லு.

நான் வேஏஏஏகமா கார் ஓட்டிட்டு போவேனா.... ஸ்பீடா போவேன்.... செம ஸ்பீடா போவேன். ம் ஒரு பெரிய்ய்ய்ய்ய பாலம் வரும். ம் அது மேல் ஸ்பீடா போய் ஏத்துவேன். ம் பாலமே ஒடைஞ்சி கீழ விழுந்துடும். ம்...அப்புறம்? அந்தப் பாலம் அப்பா தலையில் விழுந்துடும். அய்யய்யோ, அப்புறம்? அப்பா செத்துடுவாரு... அப்பா நீ செத்துட்ட.... ம்ஹூம் ஹூம் ஹூம் (அழுகிறான்) அப்பா நீ செத்துட்ட...

பயம்

ப்பா... நீ சட்டை போடாதே, எனக்கு பயமா இருக்கு. அழுகிறான்.

ஏண்டா சட்டை போட்டா பயந்துகிட்டு அழுவுற?

எனக்கு ரொம்ப பயமா இருக்கு... அஹாங் ஹாங் ஹாங்... நீ சட்டை போட்டா என்னை விட்டுட்டு போயிடுவ.

பிடிக்கும்

அப்பா எனக்கு அம்மாவைத்தான் ரொம்ப பிடிக்கும்.

யேய், நான் புல்லட்ல வெளிய போறேண்டி.

அப்பா, எனக்கு உன்னைத்தான் ரொம்ப ப்ப்ப்பிடிக்கும், அம்மா நாணாம்.

அடி

ஆழி கண்களில் தண்ணீர் திரண்டொழுக அழுதுகொண்டே, ப்பாஆஆ ம்மா என்னை திட்டறா...

நான் எழுந்து, அம்மாவை அடிக்கட்டுமாடா?

வேணாம்ப்ப்ப்பா, (அழுதுகொண்டே) அம்மாவுக்கு வலிக்கும்.

சரி, அம்மாவை திட்றண்டா...

வேணாம்ம்ப்பாஆஆ, அம்மா அழுவா..., அம்மா பாவம்... அழுதுகொண்டேயிருக்கிறான்...

நான் எழுந்ததும் அம்மாவை திட்டப்போகிறேன் அல்லது அடிக்கப்போகிறேன் என நினைத்து இன்னும் பெருங்குரலெடுத்து அழ ஆரம்பித்து என்னை நோக்கி ஓடிவருகிறான்.

தலைமுறைகள்

தலைமுறைகள் படத்தின் விளம்பரத்தை டிவியில் பார்த்து விட்டு,

ப்பா தலைமுறைகள் போலாமா?

போலாண்டா.

தலைமுறைகள்னா என்னா?

ம்... தாத்தா, பாட்டி, அப்பா, அம்மா, இமயா, ஆழி... இதான் தலைமுறைகள்.

ப்பா... மாமனார்?

கேஸ்பாம்

சன் நியூஸில் இன்று புத்தாண்டுக் கொண்டாட்டங்கள் அளவுக்கு மீறிப் போகின்றனவா என்ற தலைப்பில் அளவுக்கு மீறி அடித்துக்கொண்டோம். வீட்டுக்கு வந்தால் ஆழி எனக்காக மொட்டை மாடியில் தனியாகக் காத்துக் கொண்டிருந்தான். சரி இவனைப் பேட்டி எடுக்கலாமே என நினைத்து சில கேள்விகள் கேட்டேன்.

அராத்து: புத்தாண்டு கொண்டாட்டங்கள் அளவுக்கு மீறிப் போகின்றனவாம். எப்படி புத்தாண்டைக் கொண்டாடலாம்?

ஆழி: ஜம்ப் பண்ணி ஜம்ப் பண்ணி கொண்டாடலாம் (குதித்துக் காட்டுகிறான்).

அராத்து: சிலர் பைக்கைத் தறிகெட்டு ஓட்டி விழுந்து விடுகின்றனர். என்ன செய்யலாம்?

ஆழி: ஆஸ்பிடல்ல சேக்கலாம்.

அராத்து: புத்தாண்டுக் கொண்டாட்டங்களைப் பற்றி நீ என்னா நினைக்கிற?

ஆழி: நான் ஒண்ணும் நினைக்கல.

அராத்து: ரகளை பண்ணி சண்டை போடறவங்களை என்ன செய்யலாம்?

ஆழி: சுடலாம்.

அராத்து: ஹோட்டல்கள் அளவுக்கு மீறி பணம் பிடுங்குகின்றன. மக்களும் கூட்டமாகச் செல்கின்றனர். அங்கே போய் என்னதான் செய்வார்கள்.

ஆழி: கேஸ் பாம் விடுவார்கள்.

ஏங்க, அறிவில்ல? குழந்தை தூங்கற நேரத்துல போயி லூஸாட்டாம்... விளம்பர இடைவேளைக்குப் பிறகு தொடரும்...

முத்தம்

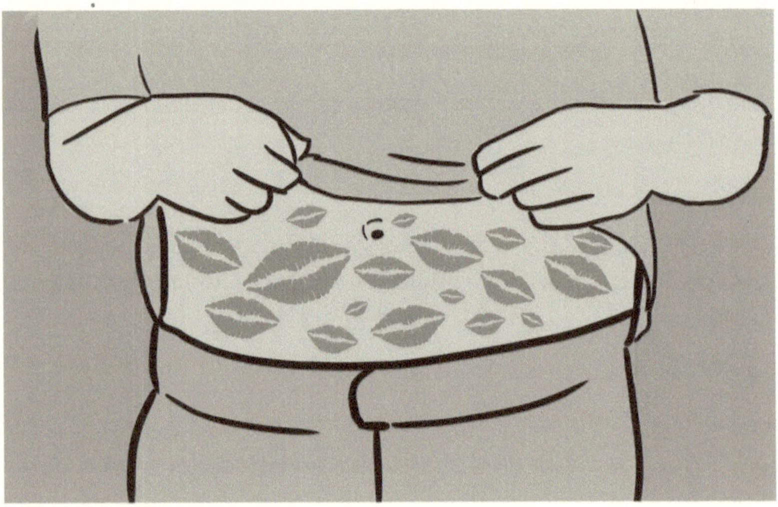

ப்பா எனக்கு முத்தம் குடுக்காத, வேணாம்.

ஏண்டா?

ஏன் தெரியுமா? வந்து... எனக்கு வயிறு ஃபுல்லா இருக்கு.

ஊட்டுதல்

ம்ம்மா நீ ஊட்டாதே, நானே ஊட்டிக்கிறேன்.

ஷோக்கு

அதோ பாரு காக்கா கடையில விக்கிது சீக்கா, பொண்ணு வரா ஷோக்கா, எழுந்து போடா மூக்கா இதுதான் சங்க கால புலவர்கள் பாடிய ஒரிஜினல் வெர்ஷன்.

ஆழி வெர்ஷன் அதோ பாரு காக்கா, கடையில விக்கிது சீக்கா பொண்ணு, வரா "ஜோக்கா" எழுந்து போடா "கேஸ்பாம்". வித்தின் கோட்ஸில் இருக்கும் வார்த்தைகள் ஆழி மாற்றிப் பாடியவைகள். தற்போது பெண்கள் ஷோக்காக வருவதில்லை, ஜோக்காக வருகிறார்கள் என்று குறியீடு மூலம் உணர்த்துகிறானோ என்னவோ!

சரஸ்வதி

சரஸ்வதி நின்றுகொண்டிருக்க அவரின் காலடியில் மயிலும் வாத்தும் இருந்த சாமிப்படத்தைப் பார்த்து ஆழி சொன்ன கதை:

இந்த மயிலும் வாத்தும் உம்மாச்சியை கொத்த போச்சிங்க.

உம்மாச்சி: நோ... நோ நீங்க என்னை கொத்தக்கூடாது. ப்ளீஸ் ப்ளீஸ் கொத்தாதீங்க. நீங்க கொத்த வந்தா அப்பா கிட்ட உங்களை மாட்டி விட்டுடுவேன்னு சொல்லிச்சி. சரி சரி நாங்க உன்னை கொத்த மாட்டோம்னு சொல்லி மயிலும் வாத்தும் சோகமாயிடிச்சி. அவ்ளோதான் கதை!

மகிழ்ச்சி

ப்பா, இன்னிக்கி ஒரு பொண்ணு பஸ்ஸுல உன் பேரென்னன்னு கேட்டுச்சா, நான் ஆழி மழை கண்ணன்னு சொன்னனா, அந்தப் பொண்ணு ரொம்ம்ம்ம்ம்ப்ப்ப்ப மகிழ்ச்ச்ச்சி அடைஞ்சிச்சி.

மகிழ்ச்சின்னா என்னடா?

மகிழ்ச்சின்னா ஈஈஈன்னு சிரிக்கிறது.

நீ எதுக்கு மகிழ்ச்சி அடைவ?

நான் மகிழ்ச்சியே அடைய மாட்டேன்.

ஏண்டா?

ம்... வந்து... மகிழ்ச்சி அடையறது ரொம்ப கஷ்டம்.

ஏண்டா கஷ்டம்?

வந்து... மகிழ்ச்சி அடையறது, கேஸ்பாம் விடறத விட கஷ்டம்.

லேப்டாப்

என்னோட லேப்டாப்பை சகட்டுக்கு உபயோகித்தாலும், உரிமை கொண்டாடியதில்லை ஆழி. பொண்டாட்டிக்கு ஒரு டேப்லட் வாங்கி அவ கையில குடுத்த அடுத்த செகண்ட், அம்மா என் லேப்டாப்பை குடு என்று சொல்கிறான்.

சினிமா

நானும் பொண்டாட்டியும் ஏதாவது படம் போலாமான்னு பேசிக்கொண்டு இருந்தோம். ஏதும் உருப்புடியா தேறாததால குழம்பிட்டு இருக்கும்போது,

ஆழி - ப்பா, யானை படம் பாக்கலாம்பா, ஈஸியா இருக்கும்.

இறத்தல்

சாவறதுன்னா என்னான்னு என் பொண்டாட்டிகிட்ட ஆழி கேட்டிருக்கான். அவ ரொம்ப பொறுப்பா எல்லாரும் ஒரு நாள் சாவாங்கன்னு புத்தர் மாதிரி சொல்லியிருக்கா.

அவன் அழ ஆரம்பிச்சிட்டான்.

இங்க வாடான்னேன். வந்தான்.

உனக்கு புடிக்கிற வரைக்கும் நாங்க உயிரோட இருக்கோம், உனக்கு புடிக்கலைன்றப்போ எங்களை சாவடி, ஓகேவான்னேன்.

ஓகேன்னுட்டு சிரிச்சான்.

சொல்லிக்கொடு

ஃப்ளாஷ் கார்டை வைத்து என் பொண்டாட்டி ஆழிக்கு சில நாட்களாக ஏ பி சி டி, 1, 2, 3, 4 சொல்லிக் கொடுக்க போராடிக்கொண்டு இருந்தாள். பலர் குழந்தைகளுக்கு ஒரு வயது முதலே சொல்லிக் கொடுப்பார்களாம். இவனுக்கு 2 1/2 வயதுக்குப் பிறகு சொல்லிக்கொடுத்தாலும் ஐயா ஒத்துழைப்பு தருவதில்லை.

'கே' வை காட்டி என்ன என்று கேட்டால், 'ப்ருஹீ' என்பான். '2' காட்டி என்ன என்று கேட்டால், 'மலைக் கோழி' என்பான். இன்று நான் சாப்பிட்டுக்கொண்டிருக்கும்போது தொல்லை செய்ததால் டைவர்ட் செய்ய வேண்டி அந்தக் கார்டுகளை எடுத்து படிச்சி காட்டுடா என்றேன். அந்தக் கார்டுகளை காலால் உதைத்தான். உனக்கு இதெல்லாம் சரிவராதுடா,

மாடு மேய்க்கத்தான் லாயக்கு, மாடு மேய்க்க கத்து தரேன், கத்துக்கிறயா என்றேன்.

கத்துக்கறம்பா, கத்துக்குடு... ப்பா கத்துக்குடு, கத்துக்குடுப்பா, அப்பா மாடு மேய்க்க கத்துக்குடு, ப்பா பா மாடு மேய்க்க கத்துக்குடுப்பா, வாப்பா கத்துக் குடுப்பா என்று தொடர்ச்சியாகச் சொல்ல ஆரம்பித்து விட்டான். என்னை சாப்பிட விடாமல், என் முகத்தைத் திருப்பி மாடு மேய்க்க கத்துக்குடுப்பா என சீரியஸாக சொல்ல ஆரம்பித்தான். நான் தோசைக்கல் மேல் அமர்ந்தவன் போல அமர்ந்திருந்தேன். மனைவி மனங் கொள்ளா சிரிப்போடு தோசை ஊற்றிக்கொண்டு இருந்தாள். அவள் சிரிப்பு எனக்கு அவள் முதுகிலேயே தெரிந்தது.

மால்

சினிமாவுக்கு சென்றிருந்தேன். சுவாரசியமான சீனில் உச்சா வருது என்று சொன்னான். அம்மாவிடம்தான் சொன்னான். அம்மா அவர்கள் என்னைப் பணித்தார்கள். சரி வீட்டில்தான் வேலைக்காரி இருந்தும் வேலைக்காரி போலவே நடந்து கொள்கிறாரே அம்மா அவர்கள் என்று பெருந்தன்மையோடு ஆழி அவர்களைத் தூக்கிக்கொண்டு டாய்லெட்டுக்கு நடந்தேன்.

ஆண்கள் டாய்லெட்டில் நுழைந்து அன்னாரின் செருப்பு, டிராயர், டயஃபர் எனப் பாங்காக அவிழ்த்து உச்சா போகச் சொன்னால், ஆழி அவர்கள் பெரிய ஆண்கள் உச்சா போகும் பேசினில்தான் போவேன் என்று அடம் பிடித்தார். ங்கொய்யாள என்று நினைத்துக்கொண்டே அன்னாரைத் தூக்கி அந்தரத்தில்

வைத்து இப்ப உச்சா போடா என்றதும் ஆர்வத்தில் அங்கும் இங்கும், பின் என் மீதும் அடித்தார்.

அவருக்குப் பெருத்த சந்தோஷம். இந்த வேலை முடிந்ததும் திரும்ப டயஃபர் எடுக்க நான் போகையில் ஐயா கீழே ஏதுமில்லாமல் வெளியே ஓடி விட்டார். நான் அனைத்தையும் பொறுக்கிக்கொண்டு பின் ஓடிப்பார்த்தால், ஆழி வழுக்கி அடித்து பச்சை தவளை கால் பரப்பி கிடப்பதைப்போல மாலில் விழுந்து கிடக்கிறார். ஒரு அழகுப்பெண் இரு கைகளையும் தன் காதில் வைத்து மிரண்டு போய் பார்த்துக்கொண்டு இருக்கிறாள். இதை விட சுவாரசியமான சீனையா என் மனைவி தியேட்டருக்குள் பார்த்துக்கொண்டிருக்க முடியும்?

நான் ஹாய் என்றேன்!

கேள்வி

புரிஞ்சி கேக்கறானா, தெரியாம ஏதோ ஒளறிக்கொட்றானா தெரியலை. ப்பா, தமிழ்நாட்டு மன்மோகன் சிங் யாருப்பா?

சண்டே

இன்று சண்டே ஸ்பெஷல் புல்லட் ரைட் பேச்சு வந்தபோது, ப்பா பைக்ல போலாமா?

நீயும் நானும் போலாம்டா, பட்பட்பட்னு ஸ்பீடா போலாம்.

அம்மா?

அம்மா வேனாம்டா, நாம் ரெண்டு பேர் மட்டும் போலாம்.

சிணுங்கிக்கொண்டே, ம்மா... ம்மா... அம்மாவும் வரட்டும்.

டேய், நீ வறியா இல்லையா, நாம் ரெண்டு பேரும் செம ஸ்பீடா மலை, பீச்சுன்னு சுத்து சுத்துன்னு சுத்தலாம். அம்மா அம்மான்னு சொல்லிட்டு இருந்தா வீட்லயே கெட....

ம்மா, நானும் அப்பாவும் பைக்ல ஸ்பீடா போவப்போறோம்மா. இப்படிச் சொல்லும்போது, தான் போகப்போவதால் உண்டான சந்தோஷத்தில் சிரித்துக்கொண்டு, அதே சமயத்தில் அம்மா வரவில்லை என்ற சோகத்தில் கண்ணில் நீர் தளும்புகிறது.

கொய்யா

நான் வீட்டினுள் நுழைகையில் ஆழி கொய்யாப்பழம் சாப்பிட்டுக்கொண்டு இருந்தான். கையெல்லாம் கொழ கொழ. முகம் முழுவதும் கொழ கொழதான்.

ஆழி, எப்டிடா இருக்கு கொய்யாப்பழம்?

ப்பா, கேவலமா இருக்கு. அம்மா அவ்ளோ மட்டமா இந்தக் கொய்யப்பழத்தை செஞ்சி குடுத்திருக்காப்பா!

மான்புலி

தெருவில் ஒருவன் கீரேய் காய் பழம் கீரேய் என விற்றுக்கொண்டு சென்றார்(ன்)

நம்மாளு ஆழி ஒரு கூடையை எடுத்து தலையில் வைத்துக்கொண்டு, மான் புலி சிங்கம் கரடி மான், மான் புலி சிங்கம் கரடி மான்...

யானை – பூனை

ஆழியுடன் ஒருமுறை முதுமலை சென்றுகொண்டு இருந்தபோது, ஆழி முதுமலை போனா யானை பாக்கலாம் என்றாள் மனைவி.

ஹை யானையா என்று குஷியானான் ஆழி.

நான், யானைக்கும் பூனைக்கும் என்னடா வித்தியாசம் என்றேன்?

ஏங்க குழந்தையை குழப்பாதீங்க என்றாள்.

அப்பா, நான் சொல்லட்டுமா? யானைக்கு யா, பூனைக்கு பூ!

காட்டாறு

ஒரு சின்னக் காட்டாற்றில் ஆழியைக் குளிக்க வைத்தேன். முதலில் கூழாங்கல் வழுக்க, தண்ணீர் இழுக்க பயந்தவன், சற்று நேரத்தில் காட்டாற்றுடன் ஒன்றி விட்டான். தடுக்கி விழுந்து தண்ணீர் குடித்து, மூக்கில் தண்ணீர் ஏறி, தானாகச் சமாளித்து எழுந்து, பெருசு போல அப்பாடா என்று சொல்லிச் சிரித்தான்.

2 மணி நேரம் ஆட்டம் போட்டதும், போலாம்டா என்றால் பிடிவாதமாக வர மறுத்தான்.

சரி எப்படா போறது என்றால்,

இந்தத் தண்ணி எல்லாம் ஓடி காலி ஆகட்டும், அப்புறமா போலாம் என்றான்.

சாதனை

மோயார் செல்லலாம் என சொல்லி ஆழியை பைக்கில் அழைத்துச் சென்றேன். செமையான, ஜாலியான டிரைவுக்குப் பிறகு மோயார் வந்துடிச்சிடா என்றேன்.

அப்பா, நாம கடைசியா சாதிச்சிட்டோம் என்றான்.

நெறைய கார்டூன் பாக்ரான் போல இருக்கு. ஆக்ஷன் எடுக்கணும்.

தென்னை மரம்

நான் நாற்காலியில் காலைக் கீழே தொங்கப்போட்டு அமர்ந்திருந்தேன். என் காலைப்பிடித்து என் மீது சிரமத்துடன் ஏறிக்கொண்டிருந்தான் ஆழி.

அப்பா, நீதான் தென்னை மரம், நான் மரம் ஏறறேன்.

சரிடா.

மரம் வழுக்குது, மரம் ஏன் என்னை வழுக்குற?

ஏறி வந்து மடியைத் தாண்டி மார்பு மீது ஏறி, மரம், நான் உன் மேல ஏறி வர்ரது வலிக்குதுன்னு பக்கத்து மரத்துகிட்ட சொல்லு.

மரம், ஆழி என் மேல ஏறி வரான். எனக்கு ரொம்ப வலிக்குது.

மரத்துக்கு பல் இருக்குமா? வலிச்சா கடிக்குமா? இல்ல ஆழி, மரத்துக்கு பல் இருக்காது. வாயே இல்லை. வேர் மூலமாதான் சாப்பிடும்.

சரி சரி மரம், நான் வலிக்காம ஏரறேன். மார்பைத் தாண்டி தோளில் ஏறி, தலை மயிரைப் பற்றி, யேய், நான் மரம் ஏறிட்டேன்.

மரம், தாகமா இருக்கு மரம், ஒரு தேங்காய் குடு.

மிஸ்

ஆழியை வரும் ஜூனில் ஏதாவது ஒரு பள்ளியில் கேஜீ சேர்க்க வேண்டும். பெரிய பள்ளிகளில் எல்லாம் அட்மிஷன் முடிந்து விட்டது, நானும் கண்டு கொள்ளவில்லை. வீட்டுக்கு அருகே நடக்கும் தூரத்தில் ஏதேனும் ஒரு பள்ளி என்பதே என் தேர்வு. இரண்டு பள்ளிகளில் ஆழிக்கு இடம் கிடைக்கும் வாய்ப்பு வந்தது. ஒன்று, ஐந்தாவது வரை இருக்கும் க்ரிஸ்டியன் ப்ரைமரி ஸ்கூல். இன்னொன்று ஏசியுடன் கூடிய நவீன ப்ளே ஸ்கூல். இரண்டுமே வீட்டுக்கு அருகில். மனைவிக்கும் குழப்பம்.

நான் சொன்னேன், ப்ளே ஸ்கூல்னா இண்டிவிஜுவல் அட்டென்ஷன் கிடைக்கும், நல்லா பாத்துப்பாங்க, ஏசியில் சொகுசா இருப்பான். ப்ரைமரி ஸ்கூல்னா பலதரப்பட்ட பசங்களும் வந்து படிக்கும். எக்ஸ்போசர் கிடைக்கும், ஸ்கூல்னா

என்னான்னு தெரியும். ஆனா அடிக்கடி முட்டியைப் பேத்துட்டு வந்து நிப்பான், அவ்ளோதான் என்றேன்.

அவனிடமே கேட்கலாம் என்று, ஆழி, நீ நெறைய பசங்க இருக்குற ஸ்கூல்ல படிக்கிறியா? கம்மியா பசங்க இருக்குற ஸ்கூல்ல படிக்கிறியா?

நெறைய மிஸ் இருக்குற ஸ்கூல்ல படிக்கிறேம்பா!

ஸ்கூல்

எல்லோரும் மதிய உணவு உண்டு மயக்கமா இருக்கும் வேளையில் சட்டுன்னு முடிவு பண்ணி ஆழியைத் தூக்கிட்டு அந்த ப்ரைமரி ஸ்கூலுக்கு போயிட்டேன். ஹெட்மிஸ்ட்ரஸை பாத்துட்டு வாங்க என்றனர்.

ஹெட்மிஸ்ட்ரஸ் ரூமில்...

வாட் ஈஸ் யூர் நேம்?

ஆழி மழை கண்ணன்.

உங்க பேரு என்னா?

சிஸ்டர் க்ளாரா!

நீங்க யாருக்கு சிஸ்டர்?

ஹேட் யூர் லன்ச்?

ம்... தோசை, உப்புமா, சாப்பாடு எல்லாம் சாப்பிட்டேன். குண்டாயிடுவேன். சாக்லேட் இருக்கா? இங்கிலீஷ் பேசினா புரிஞ்சிக்கிறான், பேச வரலை என்று எங்களிடம் சொன்னவாறே ஹெட்மிஸ்ட்ரஸ் சாக்லேட் தருகிறார்.

இன்னொண்ணு குடுங்க, அதையும் வாங்கிக் கொண்டு, தேங்க்யூ சொல்லி அவர் மடியில் இருந்து இறங்கி, அந்த அறையில் இருக்கும் கப்போர்டை திறக்க முயற்சிக்கையில், ஆழி ஆழி என என் மனைவி பதறும்போது,

ஆழி, நீங்க இதை லாக் பண்ணாம வச்சிருக்கீங்க, லாக் பண்ணிடுங்க என்று கூலாக அட்வைஸ் செய்து விட்டு வெளியே ஓடிவிட்டான்.

ஒரு அப்ளிகேஷன் ஃபார்மில் கொஞ்சமாக நம் விபரங்களைப் பதிந்து கொடுத்து, பணம் கட்டியதும், ஆழிக்கு யூனிஃபார்ம் அளவெடுத்தார்கள். வழியில் கடக்கும் குழந்தைகளுக்குப் பல்லைக் காட்டிக்கொண்டே ஜாலியாக ஹாய் ஹாய் சொல்லியபடியே அங்கும் இங்கும் ஓடிக்கொண்டேயிருந்தான். 30 நிமிடத்தில் எல்லாம் முடிந்து விட்டது. ஆழிக்கு ஜூன் 9ல் இருந்து ஸ்கூல். வசமா மாட்டிக்கிட்டான், பாவம்! சொல்ல மறந்துட்டேன், இந்த ஸ்கூல்ல எல்லோரும் ஆங்கிலோ இந்தியன் மிஸ்!

சார்

நான் இல்லாதபோது வீட்டுக்கு சில வேலையாட்கள் வந்து சென்றிருக்கிறார்கள். என் மனைவி அவர்களிடம் பேசி அனுப்பியிருக்கிறாள். நான் வீட்டுக்கு வந்ததும், அப்பா நீங்க சாரா?

இல்லடா, உன் அப்பா.

ஹா ஹா ஹா அம்மா உங்களை சார்னு நெனைச்சிகிட்டாப்பா, ஹா ஹா!

ஆக்ஸிடண்ட்

அம்மா, நான் கார் ஓட்டிட்டு போறேன்னு ஒரு தடி தலையணை மீது அமர்ந்து நகர்ந்து போய் பொத்துன்னு தானா கீழே விழுந்தான் ஆழி.

அம்மா, ஆக்ஸிடண்ட் ஆயிடிச்சிமா, நான் செத்துட்டேன், ஆம்புலன்ஸை கூப்பிடும்மா.

இவள் கண்டுகொள்ளவில்லை. அம்மா நான் செத்து கெடக்கிறேன், சீக்கிரம் ஆம்புலன்சை கூப்பிடும்மா.

ஹலோ, ஆம்புலன்ஸா? வாங்க என்று சொல்லியபடி இன்னொரு தலையணையை அவனருகில் கொண்டு போய் நிறுத்தினாள்.

ஆம்புலன்ஸ், சீக்கிரம் ஊசி போடுங்க, நான் கார் ஓட்டிட்டு வீட்டுக்கு போகணும்.

கத்துதல்

ஆழி ஒருநாள் திடீர்னு மான் எப்பிடிக் கத்தும்னு கேட்டான்.

ஒரு செகண்ட் ஸ்டன் ஆயி, குத்து மதிப்பா யோசிச்சி ஆடு பான்பராக் போட்டுட்டு கத்தர மாதிரி கத்திக் காட்டினேன். அப்புறம் யூட்யூப்ல தேடிப் பாத்தா, கிட்டத்தட்ட நான் கத்தின மாதிரிதான் மான் கத்துது.

என் பொண்டாட்டி, நம்ம ஆளு செம ஆளு என்பது போல காதலுடன் பார்த்தாள்.

கொஞ்சம் பெருமையாக ஃபீல் பண்ணிக்கொண்டு இருக்கையில், அடுத்தடுத்து வரிசையாக மிருகங்களின் பெயரை எல்லாம் இடைவிடாமல் சொல்லி, சிறுத்தை எப்பிடி கத்தும், புலி எப்பிடி கத்தும், நரி எப்பிடி கத்தும், கரடி எப்பிடி கத்தும், முதலை எப்பிடி கத்தும், பெங்குயின் எப்பிடி கத்தும், முயல் எப்பிடி கத்தும்னு கொளவி மாதிரி தொடர்ந்து கேட்டு நிலை குலைய வைத்து விட்டான்.

குழந்தைதானே என்று ஏதேதோ கத்திக் காமித்தால், கடைசியாக முகத்தைச் சாந்தமாக வைத்துக்கொண்டு, இதெல்லாம் ஏம்பா கத்துது என்று கேட்டான். (உங்கப்பா வெட்டியா கத்திட்டு இருக்கறதில்லையா என்று என் மனைவி மனதில் நினைப்பது அவளின் அலட்சியமான புன்சிரிப்பின் மூலம் எனக்குப் புரிந்தது)

புரிதல்

ஆழியுடன் காரில் வந்துகொண்டு இருந்தபோது ஒரு கடையில் ஒரு பெரிய பந்து இருப்பதைப் பார்த்து, ஹஂஙஂ ஹஂஙஂ ஹஂஙஂக், ம்மாஆஆஆ (அழுவது போல சிணுங்கிக்கொண்டு) அந்தப் பந்து வேணும்ம்ம்ம்ம்ம் ஹஂஙஂ ஹஂஙஂ ஹாங் என்றான்.

நான், டேய் ஆழி, இங்க பாரு, இங்க பாரு.

தோ பாரு எதாவது வேணும்னா, அழாம தெளிவா, அம்மா எனக்கு அந்தப் பந்து வேணும். அப்பா எனக்கு அந்தப் பந்து வேணும்னு சொல்லணும். புரியிதா? இனிமே அப்பிடி சொல்றியா?

அப்படி சொன்னா உங்களுக்கு புரியாதுப்பா!

குட் பாய்

நான் வீட்டில் இருக்கும்போது அலுவலக போன் பேசும்போது ஆழி கத்தி கலாட்டா செய்வான். ஆழியிடம், அப்பா ஆஃபீஸ் போன் பேசப்போறேன், பேசாம இருக்கணும் ஓகேவா என டீல் போட்டுத்தான் பேச ஆரம்பிப்பேன். அவனும் அவ்வப்போது பேசாமல் இருந்து, நான் பேசி முடித்ததும், நான் பேசாம இருந்தேன்ப்பா எனக் கூறி பாராட்டை எதிர்பார்ப்பான்.

நான், ஆழி சூப்பர் பையன், குட் பாய் என குஷிப்படுத்துவேன். இது அவனுக்குப் போர் அடித்தது போல. கடந்த சில நாட்களாக நான் பேசிக்கொண்டு இருக்கையில், மொபைல் அருகே வந்து எஸ் குஸ் மீ, எஸ் குஸ் மீ என்று சொல்லி சிரிக்க ஆரம்பித்தான். திரும்ப கடுமையாக டீல் போட்டேன். இனி நீ பேசாமல் இருந்தால்தான், உன்னை பைக்கில் ரவுண்டு கூட்டிட்டு போவேன் என்றதும் கொஞ்சம் அடங்கினான்.

இன்று ஒரு பெரிய க்ளையண்டிடம் இருந்து போன். போன் எடுப்பதற்கு முன்பே அவனைப் பெரிய அளவில் தாஜா செய்தேன். பேசவே கூடாது, ஓகேவா என சத்தியம் வாங்காத குறையாகக் கெஞ்சிவிட்டுப் பேச ஆரம்பித்தேன். ஆழி, டிங்க் டாங்க் பெல், ரூபம் ரூபம்... யாரென்று தெரிகிறதா... லண்டன் பிரிட்ஜ் இஸ் ஃபாலிங்க் டௌன், ஃபாலிங்க் டௌன், ஃபாலிங்க் டௌன்... டிங்க் டாங்க் பெல், டிங்க் டாங்க் பெல்... ஃபை ஃபை ஃபை கலக்கி ஃபை, யா யா யிப்பி யிப்பி யா யா யிப்பி யிப்பி யா யா யிப்பி யிப்பி...

யா... என்று நான் பேசிக்கொண்டு இருக்கையில் தொடர்ந்து வாயாலேயே கதக்களி ஆடிக்கொண்டு இருந்தான்.

போன் பேசி முடித்ததும், க்ளையண்ட், இஸ் இ யூர் சன்?

குட் வாய்ஸ் அண்ட் குட் காம்பினேஷன் ஆஃப் சாங்ஸ் என சிரித்துக்கொண்டே போனை வைத்தார். நான் கடுப்புடன் ஆழியைப் பார்க்க, அப்பா நீ போன் பேசறப்ப நான் பேசவேயில்லை பாத்தியா? குட் பாய் சொல்லுப்பா, சூப்பர் பாய் சொல்லுப்பா என்றான்.

கீழே

டேய் ஆழி, ஏண்டா இப்பிடி எல்லா பொருளையும் கீழ தூக்கிப் போடற? நீ குட் பாய்தானே, இனிமே எந்தப் பொருளையும் கீழ தூக்கிப் போடக்கூடாது ஓகேவா?

சரிப்பா, இனிமே எல்லா பொருளையும் மேல தூக்கிப் போடறேன்.

ஆழி அம்மா டைம்ஸ்

தன் குழந்தை என்ன சேட்டை செய்தாலும், என்ன தீங்கு செய்தாலும் அம்மா மட்டும் அதை ஒத்துக் கொள்ளவே மாட்டாள் என்று தெரியும். அதை நேரிலும் பார்த்துக் கொண்டிருக்கிறேன். ஆழி, மற்ற குழந்தைகளை அவ்வப்போது, அவனை லேசாக கடுப்பேத்தினாலும், படாரென்று தள்ளி விட்டு விடுவான்.

கீழே விழுந்த குழந்தை அழுவதை விட அதிக சத்தமாக ஆழி அழுவான். பல மால்களில், சினிமா தியேட்டர்களில், கல்யாண மண்டபங்களில் இதைப் போல இவன் திடீரென்று மல்லாக்க தள்ளி விட்ட குழந்தைகள் ஏராளம்.

வயதானவர்கள் தூங்கிக்கொண்டிருந்தால் எழுப்புவான். எழுந்திருக்கவில்லையெனில், பூட்டை எடுத்து மண்டையில் ஒரு போடு. நானும் மனைவியும் டூர் போகையில் மாமியார் வீட்டில் ஐயாவை விட்டுப் போவது வழக்கம். இப்போது மச்சானுக்கும் குழந்தை பிறந்து விட்டதால், மாமியார் வீட்டில் இவனைப் பார்த்து நடுங்கி, இப்போதெல்லாம் இவனை வீட்டில் சேர்க்க மாட்டேன் என்கிறார்கள்.

மச்சான் புள்ளையை 2 முறை அடிச்சிருக்கான், 6 வாட்டி கிள்ளிருக்கான், 4 தடவை இடிச்சிருக்கான் என டேட்டாபேஸ் காட்டுகிறார்கள். என் பொண்டாட்டி, இவன் நல்ல பையன்ங்க, இவன் வெட்டியால்லாம் அடிக்க மாட்டான், இடிக்க மாட்டான், சும்மா இவனை எங்க வீட்ல கொறை சொல்றாங்க, இவன் அந்தக் குழந்தையை அடிச்சதே இல்லீங்க என்றாள்.

இதென்னாடி முழுப்பூசணியைச் சோத்துல மறைக்கிற? உங்க அம்மாதானே இவன் அடிக்கிறான், இடிச்சி தள்றான்னு சொல்றாங்க?

இவன் அடிக்க மாட்டாங்க, அப்படி ஒரு சிச்சிவேஷன் வந்துடும், இவன் பலிகடா ஆயிடறான் என்றாள்.

அப்படி என்னா சிச்சிவேஷன் சொல்லு!

இவன் ஜாலியா ஓடிட்டு இருந்தான், வழியில தூளி கட்டி போட்டிருந்தாங்க, எங்க அம்மாவும் வழியில் ஒக்காந்து காய்கறி நறுக்கிட்டு இருந்தாங்க. இவன் வழி இல்லாம தூளி மேல மோதி குழந்தை கீழ வுழுந்துடிச்சி, இவன் வேணும்னா செஞ்சான்?

சரி அடிச்சானாமே?

இல்லீங்க கன்னத்துல கை வச்சி குழந்தையை வேடிக்கை பாத்துட்டு இருந்தான், கை வழுக்கி குழந்தை மேல பட்டுடுச்சி!

நறுக்குன்னு கிள்ளினானாமே?

குழந்தையை செல்லமா மத்தவங்க கொஞ்சற மாதிரி கொஞ்சினான். குழந்தை துள்ளிச்சி, அதனால இவன் கைவிரல் கொஞ்சம் ஸ்ட்ராங்கா கன்னத்துல பதிஞ்சிடுச்சி! இவன் சும்மா குழந்தை கூட நெத்தியில் தட்டி தட்டி விளையாடிட்டு இருந்தான், அப்ப தூளி ஆடினதால் கண்ணுல இவன் கை பட்டுடிச்சி. அதுக்கு போய் கண்ணுல குத்திட்டான்னு கலாட்டா பண்ணிட்டாங்க. இவன் ஒண்ணும் பண்ண மாட்டாங்க, சும்மா ஜாலியா குழந்தையைத் தட்டுவான், அதுங்க ஒடம்புல தெம்பு இல்லாம பொத்துன்னு வுழுந்துடும், தரை வேற வழவழப்பா இருக்கா அதாங்க. இவன் பாவங்க.

ரொம்ப பாவம்தான் என நினைத்துக்கொண்டேன்.

அழகு

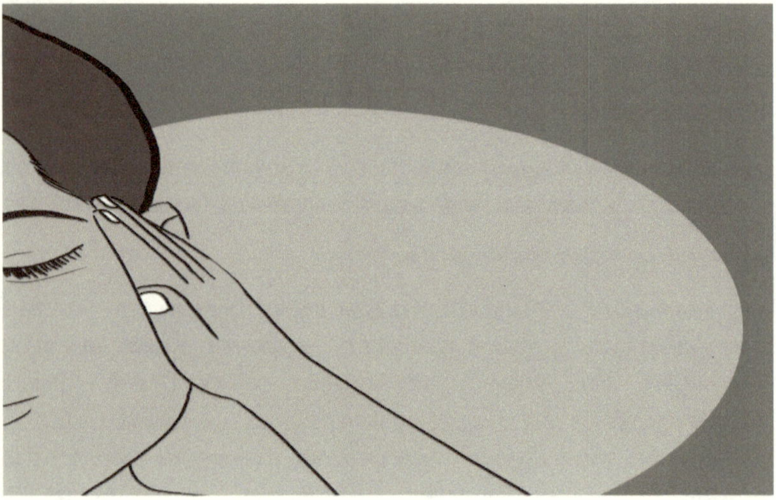

ஆழியை ஆழி அம்மா கன்னத்தில் முத்தமிட்டதும் கன்னத்தைத் துடைத்துக்கொண்டான்.

ஏண்டா எச்சல்னு துடைக்கிறியாடா செல்லம்? இல்லம்மா, உன் அழகு என் மேல ஒட்டிகிச்சும்மா. உன் அழகு எனக்கு வேணாம்மா, உன்கிட்டயே இருக்கட்டும்மா, நீயே வச்சிக்கம்மா என்று சொல்லியபடி கன்னத்தைத் துடைத்த தன் கையை அம்மா மீதே தடவுகிறான்.

பொறு

மொட்டை மாடியில் காக்காய்க்குச் சோறு வைத்தாள் மனைவி. ஆழி அதைக் காக்காய்க்குப் பிச்சுப் பிச்சுப் போடறேன் என பிச்சுப் பிச்சுப் போட ஆரம்பித்தான். ஆழி இருந்ததால் காக்காய் அருகே வர பயந்துகொண்டு முன்னும் பின்னும் பம்மி பம்மி தவ்விக்கொண்டிருந்தது.

ஆழி ஆர்வம் அதிகமாகி பிச்சிப் போட்டவற்றை எடுத்து காக்காய்க்கு ஊட்ட முயற்சி செய்தான்.

ஆழி, நீ பிச்சுப் போடவும் வேணாம், ஊட்டவும் வேணாம், நீ உள்ள வா. அதுங்களே பொறுக்கிக்கும் என்றாள்.

அரை மனதோடு உள்ளே வந்த ஆழி, காக்காய்களையே பார்த்துக்கொண்டு இருந்தான். காக்காய்கள் கீழே கிடந்தவற்றை பொறுக்க ஆரம்பிக்கவில்லை.

ஆழி கத்த ஆரம்பித்தான்... காக்கா, பொறு, பொறு. காக்கா பொறு காக்கா பொறு பொறு.

ஃபிரண்டு

எப்பவாவது பொழுது போகாம ஃபேஸ்புக்கில் புதுசா ஃபிரண்ட் ஆன பொண்ணுங்களோட ப்ரொஃபைலுக்குப் போய் போட்டோவைப் பார்த்துக் கொண்டிருப்பது வழக்கம்.

இப்போதெல்லாம் ஆழி எட்டிப்பார்த்து, ப்பா இது யாரு? உங்க ஃபிரண்டா? அம்மா ஃபிரண்டா என்று சத்தமாகக் கேட்கிறான்.

யாருங்க என் ஃபிரண்டு என சிரித்துக்கொண்டே மனைவி எண்ட்ரி கொடுக்கிறாள்.

வயசு

ஆழி உனக்கு இன்னொரு வயசு கூடிடிச்சி. ம்ஹூம், ஹூம், வேணாம், எனக்கு எனக்கு கூட வேணாம்.

இல்லடா வயசானாதான், நீ பெரிய ஆளா ஆவ. வேணாம், நான் பெரிய ஆள் ஆவ வேணாம். ஏண்டா?

பயம்.

கார்

ஆழி, தன் அக்காவின் புத்தகத்தைத் திறந்து வைத்துக்கொண்டு,

ஏ ஃபார் கார்,

பீ ஃபார் கார்,

சீ ஃபார் சின்ன கார்,

டீ ஃபார் பெரிய கார்,

ஈ ஃபார் கார்,

எஃப் ஃபார் கார்... ...

ஊட்டி

ஊட்டியில் நிறைய மரங்களைப் பார்த்து விட்டு ஆழி, ஏம்ப்பா நிறைய மரமா இருக்கு?

நிறைய மரம் இருந்தாதான் நிறைய மழை வரும் ஆழி

(பைக்கில் க்ளென் மார்கன் வரை சென்று மழையில் மாட்டி மழையில் நனைந்து நடுக்கிக்கொண்டு இருந்தான்) வேணாம், மழை வேணாம்பா!

மழை பெஞ்சாதாண்டா தண்ணி கிடைக்கும். மழை பெய்யலைன்னா தண்ணியே இருக்காது. தாகம் எடுத்தா நீ என்னடா பண்ணுவ?

அம்மா எனக்கு தண்ணியைச் சமைச்சி குடுப்பா.

பந்து

ஆழி காசைத் தூக்கிப் போட்டான்.

ஆழி, காசைத் தூக்கிப் போடக்கூடாது.

எதைத் தூக்கிப் போடலாம்மா?

எதையும் தூக்கிப் போடக்கூடாது கண்ணா!

அம்மா, பந்து?

பள்ளி

பள்ளி சென்று திரும்பிய ஆழியிடம்,

ஏண்டா, சட்டையில தண்ணி?

ஒரு பையன் தூங்கனாம்பா, நான் ஸ்லேட்டால் அவன் தலையில் அடிச்சேன்.

ஐயயோ, அவன் என்னா பண்ணான்.

அவன் என் சட்டையில தண்ணிய ஊத்திட்டாம்பா. *அப்புறம்?*

நான் மிஸ் கிட்ட தண்ணி ஊத்திட்டான்னு சொன்னேன், மிஸ் அவனை அடிச்சாங்க. அப்புறம் ரெண்டு பேரையும் ஃபிரண்ட்ஸா இருக்கணும்னு சொல்லி கை குடுக்க வச்சாங்க.

யேய், நீ ஸ்லேட்டால் அடிச்சத மிஸ் கிட்ட சொல்லலையாடா?

இல்லப்பா, என்னாப்பா நீ? அம்மாதான் யாரையும் அடிக்கக்கூடாதுன்னு சொல்லிருக்கா இல்ல?

வாந்தி

ஆழிக்கு ரெண்டு நாளா ஜுரம், சளி, வாந்தி, பேதி, இன்னும் என்னெல்லாம் இருக்கோ எல்லாம்.

ஐயா ரெண்டு நாளா ஸ்கூல் போகலை. ஐயாவின் வழக்கமான சேட்டைகள் எல்லாம் மிஸ்ஸிங்க். பிள்ளையார் போல ஒரே இடத்தில் அமர்ந்து வெறிக்க பார்த்துக்கொண்டு இருக்கிறார். உணவும் ரெண்டு நாட்களாக உட்கொள்ளவில்லை. எது சாப்பிட்டாலும் வாந்தி.

ஆழிக்கு ஹோமியோபதி மருந்துதான். வாந்திக்கு ஒரு ஒரு மருந்தைத் தண்ணீரில் கலந்து கொடுக்க வேண்டும். ஆழியைப் பொறுத்தமட்டில் அது தண்ணீர் மருந்து.

ஆழி, இந்தத் தண்ணி மருந்தைக் குடி, வாந்தி நின்னுடும்!

எதை சாப்டாலும் வாந்தி வருதேம்மா, இதைச் சாப்டாலும் வாந்தியா வந்திருமேம்மா?

எத்தனை

ஆழி, உனக்கு எத்தனை கை

ரெண்டு கை

எத்தனை வயிறு?

ஒரு வயிறு!

குட், எத்தனை கண்ணு?

ரெண்டு கண்ணு.

எத்தனை காலு?

ரெண்டு காலு.

சூப்பர், எத்தனை தலை?

ஒரு தலை.

எத்தனை பல்லு?

ஒண்ணு,

டேய்,

ரெண்டு,

GLU...

நெறைய பல்லு!

எத்தனை முடி?

எல்லா முடி!

கொலை

ஆழியை பள்ளி விட்டு அழைத்து வரும்போது, இளநீ குடிக்கலாம் என வண்டியை நிறுத்தினேன். தண்ணியா ரெண்டு எளநீங்க என்றேன்.

அவர் பளபள கத்தியை எடுத்தார்.

அப்பா, கொலைகாரன், கொலை பண்றவன்!

காடு

சீக்கிரம் படு ஆழி, காலைல ஸ்கூலுக்கு போகணும்.

ஸ்கூல் வேணாம்பா போர்.

வேற எங்கடா போறது?

பீச் போலாம், காட்டுக்குப் போலாம்.

அங்கல்லாம் போகணும்னா பணம் வேணும்டா, யாரு நமக்கு பணம் குடுப்பா?

கடைக்காரர் குடுப்பாருப்பா!

டேய், அது நாம குடுத்த பணத்துக்குச் சில்லறை குடுக்கறாருடா. நாம எல்லாரும் அவருக்குப் பணம் குடுத்தாதான், அவர் பொருள் குடுப்பாரு. இப்ப நீ ஸ்கூலுக்கு போயி, படிச்சி, வேலைக்கு போயி, பணம் சம்பாதிச்சாதான், பீச் போகலாம், காட்டுக்குப் போகலாம். அந்தப் பணத்தை வச்சி கடைக்காரர் கிட்ட பொருள் வாங்கலாம்.

காட்டுலதான், கடையே இருக்காதேப்பா? மான் புலி சிங்கம் கரடிதான இருக்கும்?

சாமி

ஆழியை சும்மனாச்சுக்கும், நீதாண்டா சாமி, நான் உன்கிட்ட வேண்டிக்கிறேன்னு சொல்லி ஒரு மூலைல நிப்பாட்டிட்டேன். அவனும் மூஞ்சை சீரியஸா வச்சிகிட்டு நின்னுகிட்டான். நான் அவனைக் கும்பிட்டுகிட்டே, சாமி, நான் நிறைய சம்பாதிச்சி பணக்காரனா ஆவணும் சாமி. அவன் குரலை ஹஸ்கி வாய்ஸில் மாற்றிக்கொண்டு, இந்தா பணம் என்று கொடுத்தான்.

எனக்கு நல்ல அறிவைக் கொடு சாமி. கீழே உற்றுப்பார்த்துக்கொண்டு, ஒரு கையைத் தூக்கி ஆசீர்வதித்தான்.

என் பொண்ணுக்கு உடம்பு சரியில்ல சாமி, நீதான் சரி பண்ணணும்.

மெல்லிய குரலில், எனக்கும்தான் உடம்பு சரியில்லை, சளி.

நான் சூப்பர் கார் வாங்கணும் சாமி.

என்ன கார்.

ரோல்ஸ் ராய்ஸ்.

நானும் அதுல வருவேன்.

பொம்பளை சிங்கம்

இரவு திடீர்னு கரண்ட் கட் ஆயிடிச்சி. நானும் பேய் மாதிரி கத்தி பயமுறுத்தினேன்.

ஆழி, பயம்.....பயம் ன்னு சொல்லி அழுதான். டேய் ஆழி அழாதடா, நீ அழக்கூடாதுடா, ஆம்பளை சிங்கம் அழக்கூடாதுடா ன்னு சொன்னேன். ப்பா, அப்ப பொம்பளை சிங்கம்?

இன்னும்

வீட்டிலிருக்கும்போதே தெருவில் இறங்கி ஓடுவான் ஆழி. ஆயிரம் முறை பதமாகச் சொல்லியாகி விட்டது, ரோட்டில் ஓடினா வண்டிங்க மோதிடும்னு.

காய்கறி வாங்க வந்தான். கடையிலயே கூடவே இருந்தவன், மின்னல் வேகத்துல கடையை விட்டு வெளியேறி சாலையைக் கடந்தான். ஒரு லோடு வேன்காரன் பிரேக் போட்டுக் கன்னாபின்னான்னு என்னைத் திட்டிட்டு போனான்.

டி. நகருக்கு குடும்பத்தோட போயிருந்தப்ப, அம்மா கையை உதறி விட்டுட்டு நார்த் உஸ்மான் ரோட்ல ஃபுல் பீக் அவர்ல ஓடினான். புடிச்சிட்டு வர்ரதுக்குள்ள பல பேர் திட்டித் தீத்துட்டாங்க.

“புள்ளைய இப்பிடியா ரோட்ல ஓட வுடுவாங்க” வீட்டுக்கு வந்ததும் நான்,

தோ பாரு ஆழி, எத்தனையோ தடவை சொல்லிட்டேன். நீ ரோட்ல ஓடிக்கிட்டே இருக்க, இனிமேலும் அப்பிடி ஓடினா, பஸ்ஸோ, பைக்கோ, காரோ உம்மேல் இடிச்சிடும். உனக்கு கை காலு ஒடைஞ்சிடும், இல்லன்னா நீ செத்துடுவ, அவ்ளோதான் நான் சொல்லுவேன்.

அவ்ளோதானா? இன்னும் சொல்லுப்பாப்பா இன்னும் சொல்லுப்பா!

ஜெயலலிதா

ஆழியுடன் பைக்கில் வேளச்சேரி சென்றுகொண்டு இருந்தேன். வழியில் ஏதோ கலர் கலராகக் கட்சிக்கொடி. எனக்கே என்ன கட்சி என்று தெரியவில்லை.

ஆழி ஏதோ கேட்டுக்கொண்டே வந்தான். ஹெல்மெட் போட்டிருப்பதால் காதில் விழவில்லை. பைக்கை ஓரங்கட்டி நிறுத்தி, என்னாடா என்றேன்? ஜெயலலிதா வராங்களாப்பா?

ஆம்புலன்ஸ்

ஆழி எக்கச்செக்கமாக டுபான்ஸ் கார் வைத்திருக்கிறான். எல்லா காருமே அவனுக்கு ஆம்புலன்ஸ்தான்.

அதை ஓட்டும்போது ஓய்ங்ங்க் ஓய்ங்ங்க் ஓய்ங்ங்க் என வாயால் சதா கத்திக்கொண்டேதான் ஓட்டுவான். ஓட்டுவான்னா, கையால் தள்ளிக்கிட்டே, சவுண்ட் குடுப்பான்.

ஒரு நாள் பாத்ரூமில் பெரிய டப்பில் ஃபுல்லா தண்ணி இருந்திச்சி. அதுக்குள்ள ஒரு காரை போட்டு ஓய்ங்ங்க் ஓய்ங்ங்க் ஓய்ங்ங்க் என சவுண்ட் விட்டபடி சுத்திக்கிட்டு இருந்தான்.

ஏண்டா? தண்ணிக்குள்ள காரைப் போட்டு ஓட்டுற? தண்ணிக்குள்ள எங்கயாவது கார் ஓடுமாடான்னேன்.

ஒருத்தன் தண்ணிக்குள்ள வுழுந்துட்டாம்பா, அவனைக் காப்பாத்த ஆம்புலன்ஸ் தண்ணிக்குள்ள போயிட்டு இருக்குப்பா!

ஸ்டேண்டிங்க் லைன்

மூன்று வயதுக் குழந்தையின் பிஞ்சு விரலை மடக்கி எழுதச் சொல்லிக் கொடுப்பது கொடூரம் தான். நம்மூரு பள்ளிக்கூடத்தில் சேர்த்தால் செஞ்சிதான் ஆகணும். நிற்க!

என் மனைவி, அவனை மடியில் அமரவைத்து, ஸ்டேண்டிங்க் லைன் போடு, ஸ்லாண்டிங்க் லைன் போடு என சொல்லித்தருவது வழக்கம்.

இரண்டு முறை ஒழுங்காகப் போட்டு விட்டு, கன்னா பின்னா என கிறுக்கிவிட்டு, எழுந்து தெருவுக்கு ஓடி, அவனுடைய நண்பனோடு விளையாடப் பார்ப்பான்.

ஆழி, இன்னிக்கி நீதான் அம்மா, நாந்தான் குழந்தை. எனக்கு எழுதச் சொல்லிக்கொடு என்றாள் பொண்டாட்டி.

ஆழி ஆர்வமாக ஆரம்பித்தான்.

பாப்பா, பென்சிலை கெட்டியா பிடிச்சிக்க பாப்பா, எழுது, ஸ்டேண்டிங்க் லைன்,

போடு, ஸ்லாண்டிங்க் லைன்,

நீ எழுதிட்டு இரு, நான் சமைக்கணும்னு சொல்லிட்டு, எழுந்து தெருவுக்கு ஓடிட்டான்.

முடி போச்சி

ஆழிக்கு முடிவெட்டப் பிடிக்காது. ஏன்? என்னுல்லாம் தெரியாது. நைஸா தாஜா பண்ணி கூட்டிட்டுப் போகணும். சூப்பர் ஸ்டைல் பண்ணி விடுவாங்கடா என ஏத்தி விட்டு மனைவியுடன் பியூட்டி பார்லர் அனுப்பி வைத்தேன்.

கொஞ்சம் பிஸியாக இருந்ததால், இவனுக்கு முடிவெட்டும் ஆள் வரும் வரை, மனைவி பெடிக்யூர் லொட்டு லொசுக்கு செய்துகொள்ள ஆரம்பித்தாள் போல.

அங்குமிங்கும் ஓடிக்கொண்டிருந்த வடகிழக்கு மாநிலப் பெண்களைக் கவர்ந்து இருக்கிறான் ஆழி. அவர்கள் தூக்கி செல்லம் கொஞ்சிக் கொண்டு இருந்திருக்கிறார்கள். இதுவரை நன்றாகத்தான் போய்க்கொண்டு இருந்தது.

ஆழியின் மீது வந்த அதீத அன்பால், தாங்களே இவனுக்கு முடிவெட்டலாம் என முடிவுக்கு வந்த பெண்கள், ஆழியை அலேக்காகத் தூக்கி உட்கார வைத்து வெட்ட ஆரம்பித்து விட்டனர்.

இது எதுவும் தெரியாமல், மனைவி பெடிக்யூரில்.

இரண்டு இளம் பெண்கள் சேர்ந்து ஆழியின் தலையைக் குதறி எடுத்து விட்டனர். ஆண் வெட்டினால் ஏகத்துக்கும் ரவுசு செய்யும் ஆழியும், பெண்களின் நைச்சியத்தால் விளையாடிக்கொண்டே, வெட்டிக் கொண்டிருக்கிறான்.

முடிவெட்டி முடித்து கண்ணாடியில் பார்த்தால், கர்ண கொடூரம். நாமே வெட்டிக்கொண்டால் கூட அதைவிட பெட்டராக வெட்டிக்கொள்வோம். அந்த அளவு மோசம்.

மனைவி பார்த்து பேரதிர்ச்சி ஆகியிருக்கிறாள். அன்று முதல் இன்று வரை கடும் மன உளைச்சலிலும், குற்ற உணர்ச்சியிலும் தத்தளித்துக்கொண்டு இருக்கிறாள்.

ஆழிக்கே கேவலமாக வெட்டி விட்டது கண்ணாடியைப் பார்த்து தெரிந்து விட்டது. இந்தச் சம்பவம் நடந்து ஒரு மாதத்திற்கு மேல் ஆகிவிட்டது. இன்னும் நிறைய முடி வளர்ந்த பிறகுதான் முடி வெட்ட அழைத்துக்கொண்டு போய் நன்றாக வெட்ட வேண்டும்.

வீட்டுக்கு வந்ததும் என்னிடம் ஆழி சொன்னான்,

அப்பா, ஸ்டைல் பண்றேன் ஸ்டைல் பண்றேன்னு கூட்டிட்டு போயி, மொட்டையாக்கி வுட்டுட்டாங்கப்பா...

ஆழியின் வாழ்கையில், முதன் முதலில் பெண்களை நம்பி ஏமாந்த கதை இது!

ஹோம் வொர்க்

வாட் ஈஸ் யூர் ஃபாதர்?

மை ஃபாதர் ஈஸ் பிஸினஸ் மேன். வாட் ஈஸ் யூர் மதர்?

மை மதர் ஈஸ் ஹோம் வொர்க்!

அஞ்சான்

ஆழி, அஞ்சான் பார்த்த கிரேஸில் இருந்ததால்... ஆழி உனக்கு புது அம்மா ஏற்பாடு பண்றேன். அவ உன்னைத் தெருவுல வெளையாட வுடுவா! உனக்கு ஐஸ்கிரீம் வாங்கித் தருவா! நீ தண்ணியில நனைய வுடுவா! சாக்லெட் குடுப்பா, செமையா புது டிரஸ் போட்டு வுடுவா, உன்னைத் திட்டவே மாட்டா! அடிக்க மாட்டா. சமந்தா மாதிரி இருப்பா. உனக்கு புது அம்மா வேணுமா என்றேன்.

புது அம்மா வேணாம்பா! இந்த அம்மாவே போதும். சூர்யா மாதிரி புது அப்பா ஏற்பாடு பண்ணுப்பா என்றான்.

மே ஐ கமின்?

லேப்டாப்பில் வேலை செய்து கொண்டிருந்தபோது,

ஆழி திடீரென்று அறைக்குள் நுழைந்தான்.

அறைக்குள் நுழைவதற்கு முன், மே ஐ கமின்? நான் உள்ளே வரலாமா என்று கேட்டுவிட்டுத்தான் வரவேண்டும் என ஆழிக்கு சொல்லிக்கொடுத்தேன். உடனே வெளியேறி விட்டான்.

மே ஐ கமின்? உள்ளே வரலாமா? எனக் கேட்டுவிட்டு உள்ளே வந்து, சரேலென வெளியேறி, திரும்பவும், மே ஐ கமின்? உள்ளே வரலாமா? எனக் கேட்டு உள்ளே வந்து சரேலென வெளியேறி... இப்படியே பலமுறை செய்து கொண்டிருக்க ஆரம்பித்து விட்டான்.

பிராக்டீஸ் செய்யறானா? வெறுப்பேத்தறானா எனத் தெரியவில்லை. அவனுக்கும் வயசாகுதில்லையா? அதனால் சந்தேகம்.

லேப்டாப்பை மூடிவிட்டு, மே ஐ கோ அவுட் எனக் கூறி வெளியேறி விட்டேன்.

உம்மாச்சி

உம்மாச்சியே ஏம்மா உம்மாச்சிய கும்புடறாரு?

அனுமார் - ராமர்

இந்தப் பாயாசம் வேணாம். ஸ்லீப்பிங்க் லைன் பாயாசம் குடும்மா!

டிவி

ஐயா சுட்டி டிவி பாத்துட்டு இருந்தார். நான் வீட்டுக்குப் போனதும் நியூஸ் சேனல் மாத்தி விவாதம் பார்க்க ஆரம்பிச்சேன்.

ஏம்பா எப்ப பாத்தாலும் நியூஸ் சேனல் பாத்துட்டு இருக்கீங்க?

சும்மாதாண்டா.

அவங்கதான் எப்ப பாத்தாலும் லூசு மாதிரி கத்திட்டு இருக்காங்கன்னா, நீங்களும் லூசு மாதிரி அதையே பாத்துட்டு இருக்கீங்க?

ஏய் பகல் முழுக்க நீ பாத்த இல்ல, இப்ப நான் பாக்கறேன், நீ போய் விளையாடு.

அம்மா, இனிமே அப்பா வீட்டுக்கே வரவேணாம்ம்மா! ஆழி அம்மா உடனே, டேய் ஆழி (கடுமையான குரலில்) அப்பாவை அப்படில்லாம் சொல்லக்கூடாது.

நான், சரிடா ஆழி, நான் இனிமே வீட்டுக்கே வரலை. ஏய் என் டிரஸ்ஸையெல்லாம் பேக் பண்ணு, ஆழி நான் போறேன், இனிமே வரவே மாட்டேன்... ஓகேவா? எனப் பாவமாகக் கேட்டபடி கிளம்புவதாக நடித்தேன்.

அப்பா அப்பா... சுட்டி டிவி மாத்திட்டு போங்கப்பா!

பர்த்டே

ஆழி இன்னிக்கி அம்மாவுக்கு பர்த்டே, அம்மாவுக்கு ஹேப்பி பர்த்டே சொல்லிட்டு, அம்மா, இன்னிக்கி எல்லா வேலையும் நானே பாத்துக்கறேன், நீ ரெஸ்ட் எடுத்துக்கோன்னு சொல்லுடா என்றேன்.

அம்மா, ஹேப்பி பர்த்டே அம்மா! நீ இன்னிக்கி ரெஸ்ட் எடுத்துக்கோ. எல்லா வேலையும் அப்பாவே செய்வார்.

ஜாலி

ஃப்ளாஷ் பேக் 1 : சொல்ல சொல்ல கேட்காமல் அக்கா முடியைப் பிடித்து இழுத்து, இன்று மதியம் ஆழி அடி வாங்கினார்.

ஃப்ளாஷ் பேக் 2 : அம்மாவும் அக்காவும் ஆழியை என்னிடம் விட்டு விட்டு வெளியூர் சென்று விட்டனர். ஆழி என்னிடம் நடந்து வந்து, அமைதியாக அப்பா சாரிப்பா....

ஏண்டா திடீர்னு?

இல்ல நான் நிறைய தப்பு பண்றேனே! அதுக்குத்தான்...

இல்லடா செல்லம், நீ சின்னச் சின்ன தப்புதான் பண்ற, அதையும் சொன்னா நீ மாத்திக்குவடா...

இல்லப்பா... நான் திரும்பத் திரும்ப அதே தப்பை செய்வேன்பா...

ஏண்டா ராஜா அப்டி சொல்ற?

எனக்கு அந்தத் தப்பெல்லாம் பிடிக்கிதே! ஜாலியா இருக்கே!

மனுஷங்க

ஆடு எப்டி கத்தும், மான் எப்டி கத்தும், சிங்கம் எப்டி கத்தும்னு மிமிக்ரி பண்ணி காட்டிகிட்டு இருந்தான் ஆழி.

சரிடா, மனுஷங்க எப்டி கத்துவாங்க என்றேன்.

டேய் ஆழி, நீ பண்றது தப்பு, இப்பிடில்லாம் பண்ணக்கூடாது, ஒழுங்கா நடந்துக்கணும்... இப்பிடி தாம்பா கத்துவாங்க என்றான்.

வரம்

நவீன குழந்தை வளர்ப்பு காம்டி லெக்சர் எல்லாம் நான் கவனமெடுத்து செவி மடுக்காததால் அவ்வப்போது ஆழியிடம் கீலா போல கேள்வி கேட்பேன்.

ஆழி, உம்மாச்சி உன்கிட்ட வந்து ஒரு கேள்வி கேக்கறாரு?

என்னப்பா?

எனக்கு இப்ப உயிர் வேணும். உங்கம்மாவ்வ எடுத்துக்கட்டுமா இல்ல உங்கப்பாவை எடுத்துக்கட்டுமான்னு கேட்டா என்ன சொல்வ?

இந்தக் கொசுவோட உயிரை எடுத்துக்கோங்க, இந்தக் காக்ரோச்சோட உயிரை எடுத்துக்கோங்க. எங்க அக்காவுக்கு பல்லின்னா பயம், அதனால பல்லியோட உயிரை எடுத்துக்கோங்க!

மெச்சூரிட்டி

நாலாவது வீட்டுப் பையனும் ஆழியும் திக் ஃபிரண்ட்ஸ். அவனை ஏதோ ஆழி அசிங்கமா திட்டிட்டான் போல. அவன் அவனோட அம்மாகிட்ட சொல்லிட்டான். அவங்க அம்மா இனிமே ஆழி கூட சேராத, ஆழி வீட்டுக்குப் போகாதேன்னுட்டாங்க.

இந்தப் பஞ்சாயத்து நம்மகிட்ட வந்தது. ஆழியைக் கூப்பிட்டு ஸ்டிரிக்டா விசாரிச்சேன்.

அவனை அசிங்கமா திட்டினியாடா?

ஆமாப்பா...

என்னான்னு திட்டின?

மறந்துட்டேம்ப்பா...

நான்தான் யாரையும் திட்டக்கூடாதுன்னு சொல்லிருக்கேன் இல்லடா, ஏண்டா திட்டின?

இனிமே திட்டலைப்பா...

இனிமே திட்டாதது இருக்கட்டும், அவனை ஏன் திட்டின?

ஆழி அமைதி

சொல்லுடா, திட்டக்கூடாதுன்னு சொன்னப்ப, மண்டைய மண்டைய ஆட்டின இல்ல, ஏன் திட்டின?

மீண்டும் ஆழி அமைதி...

சொல்லுடா ஏண்டா திட்டின?

ஆழி ஆக்ரோஷமாக - அப்பா, அவனும்தான் என்னை

என்னன்னமோ அசிங்கமா திட்டி இருக்கான். அதையெல்லாம் நான் அம்மாகிட்டயா வந்து சொல்றேன்? அவன் மட்டும் ஏம்பா இதையெல்லாம் போய் லூஸாட்டம் அவங்க அம்மா கிட்ட சொல்றான்?

www.ingramcontent.com/pod-product-compliance
Lightning Source LLC
LaVergne TN
LVHW040823051026
849519LV00007BA/2728